કુદરતી

મિહિર જાગૃતિ વોરા

આ પુસ્તક હું મારા માતા પિતા , મોટા ભાઈ ભાભી અને નાની પ્રિય ભત્રીજી ને અર્પણ કરું છું .

સામગ્રી

પ્રસ્તાવના

આ પુસ્તક માં મારા આજકાલ દૈનિક માં આવેલા મારી કોલમ એક નઝર ના લેખ છે ,૨૦૦૫ થી ૨૦૧૮ સુધી મારા લેખ આ કોલમ માં આવ્યા હતા.

સ્વીકૃતિઓ

આ પુસ્તક માં મારા આજકાલ દૈનિક માં આવેલા મારી કોલમ એક નઝર ના લેખ છે આ માટે હું આજકાલ દૈનિક ના મેનેજમેન્ટ , તંત્રી , ટ્રસ્ટી અને તમામ પત્રકાર અને સ્ટાફ નો આભાર માનું છું . ૨૦૦૫ થી ૨૦૧૮ સુધી મારા લેખ આ કોલમ માં આવ્યા હતા.

આ પુસ્તક માટે મેં વિવિધ લેખ આધારિત માહિતી વિકિપીડિયા ,લેખ ને લાગતા આવેલા વિવિધ અખબારી અહેવાલ અને જે તે લેખક ના લેખ ના સંદર્ભી નો સહારો લીધો છે તે સૌ નો હું આભાર માનું છું .

અનુક્રમણિકા

1

કારીગરીના અનોખા નમૂના કાશ્મીરના ગાલીચા

'ધરતીનું સ્વર્ગ' કાશ્મીર જેટલું તેના અલૌકિક પ્રાકૃતિક સૌંદર્ય માટે વિશ્વભરમાં જાણીતું છે, એટલું જ પ્રખ્યાત છે તેના અનોખી ડિઝાઈન ધરાવતાં રંગબેરંગી ગાલીચાઓ માટે. ગાલીચા અથવા કાલીનનું નામ આવે એટલે દિલોદિમાગમાં કાશ્મીરનું નામ ઝબકી ઊઠે અને ત્યાંના અત્યંત આકર્ષક ડિઝાઈનના ગાલીચા નજર સમક્ષ તરવરી ઊઠે.

વાસ્તવમાં કલા-કારીગરી ઈશ્વરની દેન હોય છે. ચોક્કસ કલામાં કુશળ કારીગરોને જે તે કલા ગળથૂથીમાં મળે છે. આ કારીગરી શીખવા તેમને કોઈ શાળામાં નથી જવું પડતું. આ કલા તો તેમની રક્તનળીઓમાં લોહી સાથે વહેતી હોય છે. શું તમે જાણો છો કે કાશ્મીરી કારીગરીનો પર્યાય બની ગયેલા ગાલીચાની કલા મૂળભૂત રીતે ઇરાનની છે.

અગાઉ ઇરાન પર્શિયા તરીકે ઓળખાતું. મૂળભૂત રીતે પર્શિયાના કારીગરી આ ગાલીચા વણતા. સત્તરમી સદીમાં કાશ્મીરના રાજા ઝૈનાબુદીન અહમદ બે ખાનને આ ગાલીચા એટલાં બધા ગમી ગયા કે તેણે પર્શિયાના કારીગરોને કાશ્મીરમાં બોલાવીને રાજ્યાશ્રય આપ્યો.

ત્યાર પછી આ કલા કાશ્મીરમાંસારીરીતેવિકાસપામી.આ ગાલીયાની વિશેષતા એ છે કે તે હાથથી વણવામાં આવે છે. રેપ-વેફ્ટ અને પાયલ (ગાંઠ), આ પદ્ધતિથી હાથશાળ પર ગાલીચાનો બેઝ તૈયાર કરવામાં આવે છે. આ બેઝ

"

મોટા ભાગે સુતરાઉ હોય છે. જોકે ક્યારેક રેશમી બેઝ પણ બનાવવામાં આવે છે. એક વખત બેઝ તૈયાર થઈ જાય પછી વિવિધ રંગના સુતરાઉ અથવા રેશમી દોરાથી ગાંઠ મારીને ડિઝાઈન ગુંથવામાં આવે છે.

ગાલીચાના માત્ર એક ઈંચ જેટલા હિસ્સામાં ૨૫૬થી લઈને ૩૬૦૦ જેટલી ગાંઠ હોય છે. ડબલ ગાંઠના ગાલીચા પણ બનાવવામાં આવે છે. ગાંઠની સંખ્યા જેટલી વધુ, એટલે કે ગાંઠ જેટલી ઝીણી એટલીગાલીચાનીસુંદરતાઅનેકિંમતઅધિક.

મોટા ભાગે પ્રત્યેક ગાલીચામાં તેરથી અઠ્યાવીસ રંગના દોરાનો ઉપયોગ કરવામાં આવે છે. અગાઉ તેને માટે પ્રાકૃતિક રંગોનો ઉપયોગ કરવામાં આવતો હતો. જોકે હવે તેનું સ્થાન રાસાયણીક રંગોએ લઈ લીધું છે. ગાલીચાની ગુંથણી ગજબની ધીરજ અને સમય માગી લે છે.

૧૬૬૧૬ના એક ગાલીચાને વણતા એક કારીગરને લગભગ આઠથી દસ માસનો સમય લાગે છે. જ્યારે એકદમ ઝીણી કારીગરી ધરાવતા ગાલીચાને તૈયાર કરવામાં ચારથી આઠ વર્ષનો સમય પણ લાગે છે.કાશ્મીરી ગાલીચાની ખૂબી એ છે કે તે જોતાંવેંત ઓળખાઈ આવે. એક વખત કોઈ વ્યક્તિ કાશ્મીરના ગાલીચા જોઈ લે ત્યાર પછી સેંકડો ગાલીચામાંથી પણ તે સહેલાઈથી કાશ્મીરના ગાલીચાને ઓળખી શકે.

પહેલી નજરે જોતાં કોઈપણ કાશ્મીરી ગાલીચો એકસરખો જ લાગે.પણ વાસ્તવિકતા એ છે કે ગાલીચા વણવાની પ્રત્યેક કાશ્મીરી કુટુંબની આગવી પદ્ધતિ હોય છે. ગાલીચાની ડિઝાઈન વણનારના મગજમાં હોય છે. તેના રંગોનું કોમ્બિનેશન તેની કોઠાસૂઝ હોય છે. ગાલીચા ગુંથણી શીખવા માટેની કોઈ શાળા નથી હોતી.

બાળક નાનું હોય ત્યારથી તે પોતાના પરિવારજનોને ગાલીચા વણતા જોતું હોય છે. તેની આંગળીઓ આપોઆપ આ કળા આત્મસાત્ કરી લે છે.આપણા ઘર કે પંચતારક હોટલોની શોભા વધારનારા અનોખી ડિઝાઈનના રંગબેરંગી ગાલીચા બનાવવામાં સંબંધિત કારીગરોની વર્ષોની મહેનત સમાયેલી હોય છે.

તેથી જ આ હાથકારીગરીના ગાલીચાનું મૂલ્ય ઘણું વધારે હોય છે. તમને જાણીને નવાઈ લાગશે કે આજે નવા ગાલીચા કરતાં જુના ગાલીચાની કિંમત વધુ હોય છે.આનું કારણ એ છે કે સમયાંતરે ગાલીચા વણવાની પદ્ધતિ, કલર કોમ્બિનેશન અને આકારમાં ઘણો ફરક આવ્યો છે.

એમ કહીએ કે હવેના કારીગરોમાં અગાઉ જેવી ધીરજ નથી રહી, કે પછી તેમની કલ્પનામાં તેમના વડવાઓ જેવા રંગ-ડિઝાઈન નથી આવતાં.

તેથી જુનાગાલીચાનુંઅન્ટિકમૂલ્યમળેછે.પરદેશમાં કાશ્મીરી ગાલીચાઓની ભારે માગ છે. તેઓ આ મનમોહક કારીગરીના મોં માગ્યા દામ પણ ચૂકવે છે. કાશ્મીરી ગાલીચા એટલા આકર્ષક હોય છે કે તેને જોઈને કોઈને પણ એમ થાય કે મારી પાસે પણ આવો એક ગાલીચો હોય તો. હોય તો મજા આવી જાય .તો ચાલો લેવા કાશ્મીરી ગાલીચા.

2

કુદરતી દવાઓ ખાઓ અનેકરો ઝડપી ઈલાજ

અમુક દવાઓ શરીરને બહુ ખરાબ રીતે નુકસાન પહોચાડી શકે છે. તેમાં પેઈન કિલર એવી દવા છે જેને લોકો તરત રાહત માટે ડોક્ટરની સલાહ વગર પણ લે છે. તેને લીધે શરીરને ભારે નુકસાન થવાની સંભાવના વધી જાય છે પરંતુ જો રસોડા અને ઘરમાં જ ઉપયોગમાં લેવાતી કેટલીક વસ્તુઓનો યોગ્ય ઉપયોગ કરો તો પણ કાયમ માટે કેટલીક સમસ્યાઓમાંથી છુટકારો મેળવી શકાય છે. જેમકે ,

<u>લવિંગ:-</u> લવિંગ ચાવવાથી દાંતનાં દુઃખાવામાં રાહત મળશે. તેમજ પેઢા પરના સોજા પર પણ તેની સારી અસર થશે. લવિંગમાં દાંતનાં દર્દને મટાડવાનાં કુદરતી ગુણો રહેલાં છે. લવિંગમાં યુજેનોલ નામનું તત્વ રહેલું છે, જે દર્દ પર તરત જ પ્રહાર કરે છે.

<u>આદુ:-</u> તમારા રોજિંદા આહારમાં આદુ ઉમેરવાથી તમને સ્નાયુનો દુઃખાવો અને સાંધાના સોજાથી રાહત મળશે. આદુમાં જિંજરોલ નામનું તત્વ રહેલું હોય છે. દરરોજ આહારમાં ૧ ચમચી સૂકુ આદુ અથવા ૨ ચમચી આદુનાં ટુકડાં તમારા શરીરની સક્રિયતા જાળવી રાખવામાં મદદરૂપ થશે.

<u>લસણ:-</u> લસણને તેલમાં ગરમ કરી તેના બે ટીપાં દુખતા કાનમાં નાખવા. પાંચ દિવસ સુધી રોજ દિવસમાં બે વખત નાંખવા. આમ કરવાથી કાનમાં થતો દુઃખાવો દૂર થઈ જશે. લસણમાં જર્મેનિયમ, સિલેનિયમ અને સલ્ફર જેવા તત્વો રહેલા હોય છે જે જુદા જુદા બેકટેરિયા પર અસર કરી કાનમાં થતી બળતરા

ઓછી કરે છે.

મીઠું:- હૂંફાળા ગરમ પાણીમાં મીઠું નાંખીને કોગળા કરવાથી ગળાનો દુઃખાવો દૂર થાય છે. મીઠું કોઈ પણ ઈન્ફેકશનનાં કારણે થયેલા સોજામાં રાહત આપે છે. દિવસ દરમિયાન વારંવાર મીઠાંના પાણીથી કોગળા કરો. આ પાણીમાં તમે લસણને છૂંદીને પણ નાંખી શકો છો.

ઓટમીલ:- ઓટ મેગ્નેશિયમથી ભરપૂર હોય છે. માસિક સ્રાવ દરમિયાન થતા દુઃખાવાને શમાવવા મેગ્નેશિયમ ખૂબ જ મહત્ત્વનું તત્વ છે. ઓટમીલ શરીરમાં ઝીંકનું પ્રમાણ પણ જાળવી રાખે છે, જેનાથી માસિક સ્રાવ દરમિયાન થતું દર્દ ઓછું થઈ જાય છે.

પાબ્લુબેરી:- યોનિમાં ઈન્ફેકશનથી થયેલા દુઃખાવામાં રાહત માટે આ ફળ અસરકારક છે. બ્લુબેરીમાં રહેલું એન્ટિઓક્સિડન્ટ સ્વાદુપિંડનાં ઈન્ફેકશન પર ખૂબ જ અસર કરે છે. યોનિમાં થતા દુઃખાવામાં રાહત મેળવવા માટે રોજિંદા આહારમાં બ્લુબેરીનો સમાવેશ કરો.

પેપ્પરમિન્ટ:- પેપ્પરમિન્ટ તમારા ચેતાતંત્ર પર અસર કરી દુઃખાવાની તીવ્રતા ઓછી કરશે. બાથટબમાં ગરમ પાણીમાં પેપ્પરમિન્ટનાં દસ ટીપાં નાખો અને તેનાંથી સ્નાન કરો. તેનાથી શરીરમાં હળવાશનો એનુભવ કરશો અને મન પણ શાંત રહેશે.

હળદર:- આર્થરાઈટીસને કારણે થતાં સાંધાનો દુઃખાવા માટે હળદર શ્રેષ્ઠ ઉપાય છે. તમારા રોજિંદા આહારમાં હળદર ઉમેરો. હળદરમાં રહેલું કર્ક્યુમિન તત્વ કુદરતી રીતે સાયક્લોક્સિજીનેસ-૨ ને રોકે છે. સાયક્લોક્સિજીનેસ-૨ એ દર્દ ઉત્પન્ન કરતા હોર્મોનનો સ્રાવ કરે છે.

નિલગિરીનું તેલ:- નિલગિરીનું તેલ માથાનાં દુઃખાવાથી રાહત આપે છે. નિલગિરીમાં બળતરા અને દુઃખાવો દૂર કરવાના ગુણધર્મો રહેલાં છે. આ તેલને સ્નાયુના સામાન્ય દુઃખાવા મોચ અને માનસિક તણાવમાં રાહત માટે પણ ઉપયોગમાં લઈ શકાયછે.

એપલ સાઈડર વિનેગર:- હૃદયમાં થતી બળતરા માટે એપલ સાઈડર વિનેગર ઉપયોગી છે. એક કપ સાદા પાણીમાં એક ચમચી એપલ સાઈડર વિનેગર નાખી હલાવી નાખો.ત્યાર બાદ તેને ધીરે ધીરે પીઓ. એપલ સાઈડર વિનેગર ક્ષારયુક્ત છે. તે આખા શરીરમાંની બળતરાની અસર ઓછી કરે છે.

<u>દ્રાક્ષ:</u>- ઓહાયો યુનિર્વિસટીનાં અભ્યાસ મુજબ દરરોજ ૧ કપ દ્રાક્ષ ખાવામાં આવે તો પીઠનાં દર્દમાં રાહત મળે છે. દ્રાક્ષમાં રહેલા પોષકતત્વો પીઠની બાજુએ રુધિરાભિસરણ વધારે છે જેથી દુઃખાવો ઓછો થાય છે

<u>પાઈનેપલ:</u>- એસિડિટીનાં લીધે પેટમાં દુઃખાવાનું કારણ સામાન્ય છે. પાચનચંત્રની ગરબડને સુધારવા માટે પાઈનેપલ ઉત્તમ ઈલાજ છે. પાઈનેપલમાં રહેલો પ્રોટીઓલાયટીક ઉત્સેચક સારા પાચન માટે જવાબદાર છે. જોજો અતિ નિ ગતિ ના થાય જરુરિયાત પ્રમાણે ખાવા.

જોજો અતિ નિ ગતિ ના થાય જરુરિયાત પ્રમાણે ખાવા. જ્યા દાક્તરિ સલાહ નિ જરુર હોય ત્યા દાક્તરિ સલાહ ને અવગણસો નહિ.

3

આવીમોસમ મરચાં-મસાલાની બારેમાસ ભરવાની

તીખી તમ તમતી, ચટાકેદાર, સ્વાદિષ્ટ, લજ્જતદાર, મોમાં પામી છૂટે એવી રસોઈ કે વાનગી, શાક કે ફરસાણ માટે અનિવાર્ય સામગ્રી એટલે મસાલા, જાત-જાતના ને ભાત ભાતના મનગમતા મિશ્રણ અને યોગ્ય પ્રમાણથી સ્વર્ગીય સ્વાદનો આનંદ આપનારા મસાલા કોઈપણ નિપુણ શાક શાસ્ત્રવિદ વ્યક્તિ, રસોયા કે ગૃહિણીની નિપુણતાની સચોટ અને સમર્થ પારાશીશી છે.

મસાલાનો શાણપણ ભર્યો અને ક ઉચિત ઉપયોગ સ્વાદના શોખીનો અને ભોજનના રસિયાઓની વાહવાહ પ્રાપ્ત કરી શકે છે. માત્ર રસોઈ કે ફરસાણ જ નહિ, પણ અન્ય સ્વાદની ક સામગ્રી જેમ કે ચટણી અથામા, રાયતા, પાપડ ઈત્યાદિમાં પણ મસાલા જ મહત્ત્વની ભૂમિકા ભજવે છે.

અરે, ચાહની ચાહના પણ પણ આ મસાલા જ વધારી મૂકી છે ને! માનવીની જીત પણ એક છે પણ એમાં જાતજાતના સ્વાદ પારખવાની અજબની શક્તિ સમાયેલી છે, હા કોઈને વધુ પડતું તીખું, કોઈને ઓછું, કોઈને મધ્યમ તે કોઈને લગભગ મોળું ભાવે એ જુદી વાત છે પણ મસાલાનું વધતું - ઓછું પ્રમાણ તો સર્વત્ર રહેવાનુંજ!

પ્રમાણસર મસાલા વિનાનું ભોજન એ જાણે ભોજન જ નહિ, મસાલા-ભોજનને સ્વાદિષ્ટ બનાવે છે એટલું જ નહિ, પરંતુ તેની મહેકથી અને દેખાવ માત્રથી ભૂખ પ્રજ્વલ્લિત થાય છે. પાચનક્રિયાસરળબને છે.માનવ શરીર પંચ

મહાભૂતનું બનેલું છે.

આયુર્વેદના અભિપ્રાય અનુસાર માનવ શરીરને રોગગ્રસ્ત કરવા માટે વાત-પિત્ત અને કફ મુખ્ય કારણરૂપ છે. આથી શરીરને રોગમુક્ત રાખવાની ભાવનાથી કહો કે માનવીના ખોરાક સ્વાદિષ્ટ બનાવવાની ઉત્કટ ઈચ્છાથી પ્રેરાઈને આપણા ખોરાકમાં મસાલાને પ્રાધાન્ય આપવામાં આવ્યું છે, કોઈપણ વાનગીમાંથી મસાલો કાઢી લો એટલે જાણે કે જીવ વિનાનું ખોળિયું!

મસાલા આમ મહત્ત્વના અને અનિવાર્ય ખરા પરંતુ અને તૈયાર કરવાની ઝંઝટ ભારે. સૌપ્રથમ તો ચુનંદી સામગ્રી પ્રાપ્ત કરવાની મુશ્કેલી અને પછી તેને વીણી - ચૂંટી - વાટી- ફુટી ભરીને વાપરવા યોગ્ય બનાવવાની લાંબી અને કંટાળાજનક પ્રક્રિયા છતાં છેવટે સ્વાદના શોખનો અને સ્વાદિષ્ટ ભોજનનીઅદમ્ય ઈચ્છાનો જવિજયથાય છે.

મસાલા કરવા એ પ્રત્યેક ગૃહિણી માટે અતિ મહત્ત્વનું ભગીરથ કાર્યગણાયછે.આખો દિવસ ગલીમાં કે ગેલેરીમાં બેસી મસાલા ખાંડતી બાઈની દેખરેખ રાખવી, મરચા સૂકવવાં, ધાણા- જીરું, હળદર તડકે મૂકી તપાવવા, તેને ધૂળ કચરાથી બચાવવા અને આડોશી પાડોશીઓના કડવા- મીઠા બોલ સાંભળવા એ ઘણી કપરી કસોટીનું કામ છે.

પરંતુ હવે સમય બદલાયો છે. વ્યસ્તતા ચારેકોર વધી ગઈ છે. સર્વ ક્ષેત્રે પ્રગતિ સધાઈ છે. લોકોને હવે સમયનો નિરર્થક ભોગ આપવાનું, રાહ જોવાનું પરવડતું નથી. બધુ તૈયાર જોઈએ. દરેક પ્રકારના મસાલા વાપરવા માટે જે સ્વરૂપમાં જોઈએ તે સ્વરૂપમાં તૈયાર મળવા લાગ્યા છે.

એક-બે - ત્રણ- ચાર આમ તૈયાર મસાલાના ઉત્પાદકો વધતા જ ગયા. સ્પર્ધા સર્જાઈ. તંદુરસ્ત સ્પર્ધાના પરિણામરૂપે આજે ઉચ્ચ કોટિના મસાલા સુલભતાથી ઉપલબ્ધ થઈ શકે છે.સરકારે પણ ઉત્પાદનોના મહત્ત્વની નોંધ લઈ અને 'એગમાર્ક' એટલે કે સરકાર તરફથી મસાલાની ગુણવત્તા અંગેનું પ્રમાણપત્ર 'એગ્માર્ક' સીલ એટલે મસાલાની શુદ્ધતાનું, તેમાં ભેળસેળની શક્યતા સંભવ ન હોવાનું પ્રમાણ.

સામાન્ય રીતે ખરીદનારે છૂટા મસાલા ખરીદવા કરતાં સીલબંધ પેકેટમાં શક્યત: 'એગ્માર્ક' સીલવાળા મસાલા ખરીદવાનો આગ્રહ રાખવો જોઈએ. સીલ કરેલા પેકેટમાં નેટ વજન, ભેળસેળ રહિત વસ્તુ તથા વેચાણ કિંમત છાપેલી હોવાને કારણે વાજબી ભાવે, ચોખ્ખી અને પૂરા વજનમાં જોઈતી ચીજ ખરીદવાની ખાત્રી રહે છે.

ઉપરાંત 'એગ્માર્ક' મહોર એટલે ૧૦૦ ટકા શુદ્ધતાની ખાત્રી તો ખરી જ.આ મસાલા ની સામગ્રીની પણ અનેક જાતનો હોય છે. દાખલા તરીકે મરચાં, સામાન્ય રીતે મરચાં એટલે મરચાં, એમાં શું ફરક પડે એવું સાધારણ માણસનું અનુમાન છે.

પરંતુ એવું નથી. મરચાંની પણ અનેક જાતો આવે છે, જેમ કે વરંગલ, રેશમપત્તી, આંધ્રના ગુંઢર, હુબલીના કાશ્મીર મરચાં, કર્ણાટક બ્યાણી મરચાં - શંખેશ્વરી મરચાં- પાંડી મરચાં - મદ્રાસના આકોલા મરચાં વગેરે અનેક જાતો હોય છે.આખા ભારતમાં વધારેમાં વધારે મરચાં આંધ્રમાં થાય છે અને તે સૌથી વધુ તીખા હોય છે. પાલીતાણા- રાજકોટ ભાવનગર તરફ મરચાં નહિવત્ થાય છે.

આ પ્રમાણે હલદર ધાણા જીરુમાં પણ અનેક જાતો આવે છે.ભેળસેળ તો દરેક વસ્તુમાં થાય છે જ, પરંતુ વત્તા ઓછા પ્રમાણમાં ભેળસેળ કરવા માટે જાતજાતની ખાદ્ય- અખાદ્ય સામગ્રી ભેળવવામાં આવે છે. મરચામાં ભેળસેળ કરવા માટે મરચાંની જ હલકી જાતો જેનો ખોડવો મરચાં અથવા કીઢાં મરચાં કહેવાય છે જેનો ભાવ ધણો જ સસ્તો હોય છે અને સાવ ફિક્કા લાગે છે અને સફેદ જેવા મરચાં હોય છે.

તેનો ઉપયોગ કરવામાં આવે છે.તેમાં લાલ રંગ નાંખી મરચાંના પાવડર બનાવવામાં આવે છે. તે જ રીતે હલદરમાં પણ સસ્તામાં સસ્તી વસ્તુ એટલે કે મકાઈ અથવા જુવારની ભેળસેળ કરવામાં આવે છે જેથી સ્વાદમાં ખ્યાલ ઓછો આવે છે. ધાણાદાળ બનાવતી વખતે તેની ફોતરી જુદી પડે છે જે સામાન્ય રીતે કોઈ કામમાં આવતી નથી.

પણ તેનો બહોળો ઉપયોગ ધાણા સાતે ભેળસેળ કરવામાં થાય છે. આ વાતો ભેળસેળની ચાલાકીભરી તરકીબોના અનેક દાખલા છે.અને આ ભેળસેળના ભયથી બચવા માટે જ ખુલ્લા મરચાં કે છૂટા તૈયાર મસાલા કદાપિ ખરીદવા ન જોઈએ. તૈયાર ખાંડેલા મરચાં લેવાથી ૧૦ ટકા મીઠું આવે તો એને શું કહેવાય? મરચાંનો ભાવ રૂ. ૨૮ અને મીઠું કોલિના રૂા.૨ ? વળી ખાંડેલા મરચામાં તેલની જોડે કલર નાંખી દે તો લાલચટક દેખાય.

પરંતુ કલર પારખવો કઈ રીતે? એટલે તૈયાર મસાલા ખરીદતી વખતે આ બધાં ભય સ્થાનોથી સાવધ રહેવું જરૂરી છે. અને 'એગ્માર્ક' સીલવાળાં પેકબંધ મસાલા ખરીદવાનો જ આગ્રહ રાખવોસારો.આજે તો બજારમાં અનેક નામાંકિત તૈયાર મસાલાના ઉત્પાદકો છે. અને એ સૌની વચ્ચે લગભગ તંદુરસ્ત કહી શકાય એવી સ્પર્ધા ચાલતી હોવાથી બધા જ બને એટલો ચોખ્ખો ઉચ્ચ દરજ્જાનો માલ આપવાનો પ્રયત્નશીલ રહે છે.

વર્તમાન ગ્રાહકવર્ગ અને ગૃહિણીઓ સુધ્ધા, અત્યંત અનુભવી અને જાગૃત થઈ ગયો છે એટલે સો ગળણે ગાળીને જ વાત કરે છે, તુલનાત્મક અભિગમ એ વર્તમન યુગનું મુખ્ય પાસું છે. 'દૂધકા દૂધ' ઔર પાની કા પાની ' તરત જ કરી નાખવાવાળો આધુનિક યુગનો માનવી સહેલાઈથી છેતરાય તેવો રહ્યો નથી.આ મસાલા બનાવવા માટે ઘણી બધી આઈટમોનો ઉપયોગ થાય છે.

જેમ કે ગરમ મસાલા માટે લગભગ ૨૫ આઈટમો મિશ્રિત કરી તેમનો સ્વાદ મનભાવન બનાવાય છે. આવી આઈટેમોમાં મરી, સૂંઠ, જીરું, વરિયાળી, ખસખસ, તજ, લવિંગ, પછી સામાન્ય રીતે ન મળે તેવી આઈટમો તમાલપત્ર, નાગકેશર, એલચાં, બાદીયાન, શાહજીરુ, દગડફૂલ, ત્રિફલા, રામપદા, આમચૂર, વગેરે સપ્રમાણ નાખીને આહ્લાદક સ્વાદનો સુમેળ સધાય છે તેથી સ્વાદિષ્ટ એવો જ મધમધતો મસાલો બને છે.

બારેમાસ મસાલા ભરી રાખવાનો આગ્રહ આ જમાનામાં અવ્યવહારુ ગણાય તેવો છે. વધુમાં વધુ છ મહિના માટે મસાલા ખરીદવાથી ગુણવત્તાનો લાભ મળે છે. સ્વાદ, સોડમ, તાજગી બધું અસલ સ્વરૂપમાં હોય છે.

મસાલાની વિવિધતા અને ગુણવત્તાની જેમ હવે તેના પેકિંગમાં પણ ગુણવત્તા અને વિવિધતા સાથે આકર્ષકતા ઉમેરાતી જાય છે. હવે પોલીથીલીન અને પોલીપ્રોપીલીન છોડીને ઘણી કંપનીઓ પોલિએસ્ટર અને ફોઈલમાં મસાલા પેક કરે છે.આ રીતે તૈયાર મસાલા પેક કરીને વેચવાવાળા ઘણા નામાંકિત ઉત્પાદકો છે.

જેમાં મુખ્યત્વે કુસુમ મસાલા, એવરેસ્ટ મસાલા, લિજજત મસાલા, મંગલ મસાલા, રોનબો મસાલા, બાદશાહ મસાલા, તથા કુબલ બેડેકર, બામકર મસાલા વગેરે છે. જે સૌ પોતાની આગવી રીતે ઉત્કૃષ્ટ મસાલા તૈયાર કરી પોતાના આગવા ગ્રાહકવર્ગને શક્ય એટલો સંતોષ આપવાસદાયપ્રયત્નશીલરહેછે.

જોજો અતિ નિ ગતિ ના થાય જરુરિયાત પ્રમાણે ખાવા. જ્યા દાક્તરિ સલાહ નિ જરુર હોય ત્યા દાક્તરિ સલાહ ને અવગણસો નહિ.

4
કલિંગડ તરીકે પણ ઓળખાતા તરબૂચનું જન્મસ્થળ આફ્રિકા છે

તરબૂચ ના ટુકડા નાખેલું શરબત હોય કે પછી મરી મસાલો છાંટીને ટેસ્ટી બનાવેલી તરબૂચની ફ્રૂટ ડિશ હોય, ઉનાળાના દિવસોમાં તરસ્યા થયેલા રાહદારી માટે પોતાની તૃષા છિપાવવા માટેનું આ સરળ અને હાથવગું ખાદ્યપદાર્થ છે. ઉનાળામાં વારંવાર તરસ લાગે છે.

અને પાણી પીવા છતાં તરસ મટતી નથી ત્યારે લાલ ગર્ભના તરબૂચને કાપી ખાવાથી તૃષાનું શમન થાય છે. ધ્યાનાકર્ષક લાલચટાક કલર, સાકર જેવો મીઠો-મધુરો સ્વાદ અને કાળઝાળ ગરમીમાં કોઠાને ટાઢક આપે એવી શીતળતા ધરાવતું તરબૂચ ભલભલાના મોંમાં પાણી લાવી દે છે.

કલિંગડ તરીકે પણ ઓળખાતા તરબૂચનું જન્મસ્થળ આફ્રિકા છે. પરંતુ જગતના બધા જ દેશોંમાં આ ફળ લોકપ્રિય છે. નદી કાંઠાની રેતાળ જમીન અને પુષ્કળ પાણી ઉપલબ્ધ હોય એવી જગ્યો તરબૂચનો પાક બહુ જ સારો ઉતરે છે. ભારતમાં મથુરા અને ગુજરાતમાં પુષ્કળ પ્રમાણમાં તરબૂચનો પાક લેવાય છે.

તરબૂચના બી કાળા રંગના હોય છે અને લાલ ગર્ભની અંદર આવેલા હોયછે.તબૂચનાં બીની વાવની શિયાળામાં કરવામાં આવે છે. ફળનો પાક તૈયાર થતાં ત્રણેક મહિના લાગે છે. ઉનાળાની શરૂઆત થાય ત્યાં સુધી તો તરબૂચનો ઘણો ખરો પાક બજારમાં ઠલવાઈ જાય છે. ફેરિયાઓ રેકડી લઈને તરબૂચની ઉભી ચીરી કરીને તેનું છૂટક વેચાણ કરે છે.

આમ તો કલિંગડની સીઝન દશેરા પછી તરત જ શરૂ થઈ જાય છે. પરંતુ સઝનનો મુખ્ય સમયગાળો તો જાન્યુઆરીથી લઈને મે મહિના સુધીનો ગણાય. છ થી નવેક મહિના સુધી ચાલતી તરબૂચની સીઝનમાં શરૂઆત બેંગ્લોર (કર્ણાટક) ખેડગાંવ, વાડા, ધુલિયા(મહારાષ્ટ્ર) ના માલથી થાય.

પછી ઉત્તરોત્તર છોટા ઊદેપુર (ગુજરાત), બારામતી નાગોઠાણે (મહારાષ્ટ્ર)નો માલ બજારમાં ઠલવાતો જાય. સૌથી છેલ્લે એપ્રિલમાં રાયપુર (મધ્યપ્રદેશ) નો માલ આવવા લાગે એટલે સીઝનનો ઉત્તરાર્ધ શરૂ થઈ જાય અને મેની આખર સુધીમાં તરબૂચ બજારમાંથી લગભગ અદ્રશ્ય થઈ જાય.

ઊનાળામાં વિપુલ પ્રમાણમાં થનારા તરબૂચ આરોગ્યની દ્રષ્ટિએ પણ ફાયદાકારકર છે. તેની પ્રકૃતિ શીતળ છે. અને ગુણધર્મની દ્રષ્ટિએ તરબૂચ, મૂત્રલ, મધુર, બળકર, પુષ્ટિકારક અને પિત્તહર ગણાય છે. તે પેટના રોગોમાં ઊપકારક છે. તરબૂચ ઊનાળાની ગરમીથી બચવા માટે અને ઠંડક લાવવા માટે ખવાય છે. પરંતુ વધુ પ્રમાણમાં તરબૂચ ખાવા એ હિતાવહ નથી.

બહુ તરબૂચ ખાવાથી મગજમાં શિથિલતા આવે છે. આથી જ કેટલાંક લોકો તરબૂચને કુમતિયાં એટલે કે મતિ બગાડનારાં ગણે છે. કેટલાંક લોકો તરબૂચને સક્કરટેટી પણ કહે છે.

પરંતુ તરબૂચ સક્કરટેટી કે ચીભડાંથી તદ્દ જુદી જાતનું ફળ છે. ગ્રીષ્મ ઋતુમાં શરીર શોષાતું હોય ત્યારે જળથી ભરપૂર એવા તરબૂચનું સેવનતનમનને શાતાઆપે છે.તરબૂચનાં બી ઠંડા અને પૌષ્ટિક ગણાય છે.

યુનાની વૈદકોમાં જે ચાર મગજ કહેવાય છે. તેમાં સક્કરટેટીના બી, કોળાનાં બી, કાકડીના બી અને તરબૂચના બીનો સમાવેશ થાય છે. આ ચાર બી ઠંડામાં વપરાય છે. ઠંડાઈનું પીણું એક અદ્ભૂત શીતળતા અને શામક અસર બતાડનારું છે.

આ સિવાય તરબૂચ હરસના દરદથી પીડાતી વ્યક્તિ માટે બહુ જ સરસ ઉપચાર છે. પોતાની શીતળ પ્રતિકૃતિને કારણે શરીરની ગરમીને કાબૂમાં રાખે છે. જો કે આધુનિક યુગમાં મધુપ્રમેહ વાળા દર્દીઓ માટે તરબૂચના ગર્ભનો લાલ કલર રેડ સિગ્નલ જ ગણી શકાય.

કામધંધા પરથી પાછો ફરતો મુંબઈગરો જો ખિસ્સામાં સગવડ હોય તો એકાતું તરબૂચ હાથમાં પકડતો જાય છે અને રાત્રે વાળુ કરી લીધા પછી મોડેથી સપરિવાર સાથે બેસીને કલિંગડની જયાફત ઉડાવવાની લક્ઝરી કોઈકવાર માણી લેવાની તક ઝડપી લે છે.

તો ફદકે ને ભૂસકે વધતી જતી મોંઘવારીમાં આવક અને જાવકના બે છેડા ભેગા કરવા સદાય મથતી રહેતી ગૃહિણી પતિ દ્વારા કલિંગડર માટે ખર્ચેલા

નાણાનું પૂરેપૂરું વળતર મેળવવા માટે કલિંગડના ગર્ભ અને તેની છાલ વચ્ચેના સફેદ ભાગને સાચવીને કાપી લઈ એક ટંક માટેની શાકભાજીના પૈસાની બચત કરી લે છે.

તરબૂચના કાળાં બીને સંપૂર્ણપણે સુકવી નાખ્યા પછી ફોલવાતી અંદરથી જે સફેદ બી નીકળે છે તેનો મુખવાસ બનાવવામાં ઉપયોગ રહેતી હોવાથી તેનો એક વ્યવસ્થિત અલગ જ વ્યવસાય ચાલે છે અને મર્યાદિત માત્રામાં તેની નિકાસ પણ થાય છે.

વનસ્પતિ શાસ્ત્રી ડો. અનિરુધ્ધ પાઠખ કહે છે કે તરબૂચ વેલા સ્વરૂપની વનસ્પતિ છે અને નદીની રેતાળ જમીનમાં વિશેષ થાય છે. ઘેરી લીલાશ પડતી કાળળી તથા સેદ એમ બે જાતની છાલ ધરાવતાં તરબૂચ થાય છે. બંને પ્રકારના તરબૂચ સારા છે. તરબૂચ શીતળષ મધુર, તૃપ્તિકારક, પુષ્ટિકારક અને પિત્તનાશક છે.

તરબૂચમાં મોટાભાગે પાણી છે તેમ છતાં તેમાં વિટામીન 'એ' વધુ પ્રમાણમાં છે. ઊપરાંત કેલ્શ્યિમ, ફ્રોસ્ફરસ , કાર્બોદિત, પ્રોટીન તેમ જ વિટામીન 'બી' અને 'સી' પણછે. તરબૂચના ઔષધીયગુણો નીચેમુજબછે.તરબૂચ ગ્રીષ્મ ઋતુનું ઉમદા ફળ છે. આ ફળ ખાવાથીલૂલાગતીનથી.. તરબૂચમાં ફળ શર્કરા વિપુલ પ્રમાણમાં હોવાથી બ્લડપ્રેશર, પેશાબનો રોગ, સોજો, સાંધાના રોગ તેમ જ મોઢાની ગરમીના રોગીઓ માટે તરબૂચનું સેવન ફાય દો કરે છે.

અમ્લપિત્તમાં તરબૂચ ખૂબ સારું કામ કરે છે. તરબૂચનાં પાકા માવામાંથી બીજ કાઢી લઈને દૂધ ઉમેરીને શરબત બનાવો. આ શરબત નિયમિત રીતે લેવાથી એસિડિટી માં ફાયદો થાય છે. સાથે તીખું તળેલું, ભારે ખોરાક, ફરસાણો વગેરે બંધ રાખવા.

પેશાબના રોગ જેવા કે ટીપે ટીપે પેશાબ આવો (પેશાબમાં અટકાવ) તેમ જ પેશાબ વખતે દાહ થવો (ઊનવા વગેરે) માં તરબૂચ અકસીર છે. પેશાબમાં લોહી જતું હોય કે, પથરી હોય તો પણ તરબૂચ ફાયદો કરે છે. આ માટે તરબૂચ કે તરબૂચનું શરબત નિયમિત રીતે લેવું.

મોઢામાંચાંદી થતી હોય કે નસકોરી ફૂટતી હોય તો તરબૂચના શરબતમાં એલચી વાટીને નાંખવી. ચમચી ધાણાજીરું ઉમેરવું. આ શરબત મહિનો નિયમિત લેવાથી નસકોરી ફૂટતી નથી તેમ જ ચાંદી પણ મટી જાય છે.

ચાંદી દૂર કરવા કબજિયાત દૂર કરવી, બી ફોલ્સિન કે બી કોમ્પ્લેક્સની ટિકડીઓલઈશકાય.તરબૂચના બીજનો પાવડર કરી તેમાં ચંદન (અથવા હળદર) મેળવીને માખણમાં પેસ્ટ તૈયાર કરી રોજ રાત્રે ચહેરા પર લગાવવી. સવારે ધોઈ નાખવી. આ રીતે નિયમિત કરવાથી ચહેરાની કાંતિ વધે છે તથા

ખીલ મટે છે.

આંખની ગરમી, ઝાંખપ કે બળતરા હોય અથવા રતાંધળાપણું હોય તેના પર પણ તરબૂચનું સેવન ફાયદાકારકનીવડે છે.તરબૂચના શરબતમાં લીંબુનો રસ ઉમેરવાથી શરબતનું ઔષધીય મૂલ્ય વધી જાય છે. નિયમિત પણૅ આ શરબત લેવાથી લોહીની ફિક્કાશ દૂર લઈ લાલાશ વધે છે.

એક વાત ખાસ નોંધી લેવી કે તરબૂચ વધુ પડતું ખાવાથી વાયુની તકલીફ થઈ પેટનો દુ:ખાવો થઈ શસકે છે. માટે તરબૂચ પર કાળા મરી તથા મીઠું ભભરાવીને ખાવા તેમ જ શરબતમાં પણ તે નાખવું.

બજારમાં મળતાં બરફ પર ઠંડા કરેલા તરબૂચ કરતાં ઘેર લાવીને ઠંડુ કરેલું તરબૂચ ખાવાથી અન્ય રોગો થવાની શક્યતા રહેતી નથી. કાયમી શરદી, દમ, ક્ષય તથા કાયમી ગેસ રહેતો હોય તેવાઓ માટે નિયમિત તરબૂચનું સેવન હિતાવહ નથી. બાકી તરબૂચ એ ઉનાળાનું ઉમદાફળ છે તે નિ:શંક છે.

જોજો અતિ નિ ગતિ ના થાય જરુરિયાત પ્રમાણે ખાવા. જ્યા દાક્તરિ સલાહ નિ જરુર હોય ત્યા દાક્તરિ સલાહ ને અવગણસો નહિ.

5
ચોમાસાની આગાહી કરતા સોળ પ્રાચલો જાણવા જરૂરી છે

હવામાન એક કુદરતી અત્યંત સંકીર્ણ પ્રક્રિયા છે. વળી ભૌગોલિક રચના પર તેની ગતિવિધિ આધાર રાખે છે. ભારત જેવા દેશમાં તેની ચોક્કસ આગાહી કરવી મુશ્કેલ છે.

વળી ભારતના ચોમાસાને અસર કરતાં સોળ પ્રાચલો પૈકી માત્ર બે જ પ્રાચલો ભારતમાંના હવામાન, બરફના થર, મધ્યભારતના તાપમાન વગેરે પર આધારિત છે. બાકીના ચૌદ પ્રાચલો વિદેશી અથવા વૈશ્વિક સ્તરે હવામાનની પરિસ્થિતિ પર આધારિત છે. આ આખી પ્રક્રિયામાં સૂર્યનું વિકિરણ ઘણું મહત્વનું હોય છે.

ભારત જેવા દેશ માટે જરૂરી છે કે આપણી ખેતી અને પીવાના પાણીનો જથ્થો જેમ બને તેમ ઓછો ચોમાસાના વરસાદ આધારિત રહે તેવી વ્યવસ્થાનું નિર્માણ કરવું.

આ ઉપરાંત ગ્લોબલ વોર્મિંગ તો વરસાદના પ્રમાણમાં અને વિતરણમાં ધરખમ બદલાવ લાવશે તે તો અલગ વાત છે.આપણા દેશની ખેતી અને અર્થતંત્ર મહદ્ અંશે ચોમાસાં આધારિત છે. દર વર્ષે તેની આગાહી થાય છે છતાં ચોમાસું નિષ્ફળ જવાની દહેશત રહે છે. ચોમાસાની આગાહી કરતા સોળ પ્રાચલો જાણવા જરૂરી છે.

તે પૈકી માત્ર બે જ ભારતની ભૂમિ અને હવામાન પર આધારિત છે. બાકીના ચૌદ પ્રાચલો વૈશ્વિક કે વિદેશી છે. વળી તેમાં અલ-નિનો નામની પ્રશાંત મહાસાગરની ઘટના આપણા ચોમાસા પર ઘણી અસર કરે છે.

દર વર્ષે ચોમાસા વખતે મૂંઝવતો સવાલ: આ વર્ષે ચોમાસું કેવું જશે? અલ-નિનો શું છે? ચોમાસાની અગાઉથી ગતિવિધિ નક્કી કરતાં પરિબળો કયા છે?

આપણાં દેશમાં માત્ર ખેતી જ નહીં પણ આપણું મોટાભાગનું અર્થતંત્ર વરસાદ આધારિત છે. આ વર્ષે ચોમાસુ શરૂ થવાની આગાહી હતી. તે કેરળમાં શરૂ પણ થયું પરંતુ તે બહુ આગળ વધ્યું નહીં. સામાન્યત: જૂનના પહેલા અઠવાડીયામાં ચોમાસું મુંબઈ પહોંચે છે તે મોડું પહોંચ્યું હોય તેમ લાગે છે. આથી ઉત્તર અને મધ્ય ભારતના રાજ્યો જૂન મહિનામાં કોરાધાકોર રહ્યા છે.

દક્ષિણ ગુજરાત, સૌરાષ્ટ્ર અને દેશના અન્ય કેટલાક ભાગોમાં છુટાછવાયો વરસાદ અને વાવાઝોડા આવ્યા છે. પરંતુ તેને ચોમાસાનો વરસાદ ગણવામાં આવતો નથી. આખા દેશમાં જૂન મહિનામાં કુલ વરસાદના ૧૮ ટકા વરસાદ પડે છે પરંતુ આ વર્ષે તેમાં મોટી ઘટ પડતાં સરકાર અને લોકો ચિંતામાં પડી ગયા છે.

આ વર્ષે ૮૬ ટકા ચોમાસું સારુ જશે તેવી આગાહી હતી. આ ટકાવારી વરસાદ ઘટશે તેમ લાગે છે. અહીં આપણને પ્રશ્ન થાય કે ચોમાસાના વરસાદની આગાહી અકળ શા માટે? ચોમાસાની આગાહી નક્કી કરનારા પરિબળો જેને હવામાનશાસ્ત્રની ભાષામાં પ્રાચલો કહે છે તે કયા કયા છે? 'અલ નીનો' નામની હવામાનની ઘટના ચોમાસાને ઘણી અસર કરે છે તો તે શું છે?

આપણા દેશમાં વરસાદની ઋતુનો ગાળો ૧૦૦ દિવસનો છે. આપણે વરસાદની ઋતુને ચોમાસુ કહીએ છીએ. મુખ્યત્વે જુનથી સપ્ટેમ્બર મહિનાઓ દરમ્યાન નૈઋત્યનું ચોમાસુ વરસાદ લાવે છે. અલબત્ત વિસ્તારોમાં શિયાળુ વરસાદ પણ વરસે છે. આપણે જાણીએ છીએ કે જુન મહિનામાં સખત ગરમીથી વાયવ્ય ભારત અને પશ્ચિમ એશિયાના અર્ધ-રણપ્રદેશો ખૂબ તપી જાય છે.

તેથી જમીન પરની હવા ગરમ થાય છે, ઉંચે ચઢે છે અને દક્ષિણે વહે છે. તેના બદલામાં દિવસ દરમ્યાન સમુદ્રમાંથી પવનો જમીન તરફ વહે છે. આ પવનો વરસાદ લાવે છે. આ પ્રકિયા ૧૦૦ દિવસો એટલે કે જુનથી મધ્ય સપ્ટેમ્બર સુધી ચાલે છે જેને આપણે ચોમાસું એટલે કે વર્ષાની ઋતુ કહીએછીએ.

સમુદ્ર પરથી પવનો બાષ્પને જમીન પરના આકાશમાં લાવે છે. ત્યાં બાષ્પનું ઠારણ થાય છે. તે વરસાદરૂપે વરસે છે. અરબી સમુદ્ર પરથી દર વર્ષે ૭૭૦૦ ધન કિલોમીટર અને બંગાળના ઉપસાગર પરથી ૩૪૦૦ ધન કિલોમીટર ભેજ આવે છે. આમ કુલ ૧૧,૧૦૦ ધન કિલોમીટર ભેજ સમુદ્રો પરથી આપણાં આકાશમાં

આવે છે. તે પૈકી ૨૫ થી ૩૦ ટકા તે વરસાદરૂપે વરસે છે. આમ અંદાજે ૩,૭૫૦ ધન કિલોમીટર વરસાદનું પાણી પડે છે.

આટલું પાણી પડે આપણી જરૂરિયાતો માટે ઘણું બધું છે. પરંતુ વરસાદનું વિતરણ સમગ્ર દેશમાં ઘણું અસમાન છે. તેટલું જ નહીં કેટલાક વિસ્તારોમાં મોટાપાયે વધઘટ થાય છે. આવડા મોટાં દેશમાં ક્યાંક ને ક્યાં વરસાદની અછતની સમસ્યા તો દર વર્ષે હોય છે. પરંતુ સમગ્ર દેશમાં વરસાદ સરેરાશ માપ કરતાં ઓછો પડવાનો હોય તો સમસ્યા દર વર્ષે હોય છે.

પરંતુ સમગ્ર દેશમાં વરસાદ સરેરાશ માપ કરતાં ઓછો પડવાનો હોય તો સમસ્યા ઘણી જ ગંભીર રૂપ ધારણ કરે છે. તેમ તે અગાઉથી જાણવું જરૂરી છે. આ જાણકારી ભારતીય હવામાન ખાતુ અભ્યાસ કરીને મેળવે છે. તે મેળવવા માટે તે સોળ પ્રાચલો શોધે છે અને તેના પરથી આવતા ચોમાસામાં થનાર વરસાદનું મોડેલ તૈયાર કરે છે. તે પરથી ચોમાસુ કેવું જશે તેની આગાહી કરે છે.

ભારતમાં વર્ષોવર્ષ જે વરસાદ પડે છે તેની લાંબા ગાળાની સરેરાશ કાઢવામાં આવી છે. તેને 'લોન્ગ પિરીયડ એવરેજ' કહે છે. તેને ટૂંકમાં 'એલપીએ' કહે છે. આ સરેરાશ ૮૮ સેન્ટીમીટર છે. તેનો અર્થ એ થાય કે કોઈ ચોમાસામાં આવેલો સરેરાશ વરસાદ ભારત વર્ષ માટે ૮૮ સેન્ટીમીટર થાય તો ચોમાસુ નોર્મલ ગણાય.

હવામાન ખાતાની આગાહી પ્રમાણે આ વર્ષે ઉપરોક્ત એલપીએના ૯૬ ટકા રહેશે. જો કે હવે ૯૩ ટકા જણાવેલ છે. અલબત્ત, એલપીએ કરતાં ૧૦ ટકા વધારે કે ઓછો વરસાદ પડે તો પણ ચોમાસું નોર્મલ ગણાય. આ આગાહી સમગ્ર ભારત માટે છે. ભારતીય હવામાન ખાતાએ આખા ભારતને ૩૫ પેટાવિભાગમાં વહેંચેલ છે.

આ આગાહી દરેક પેટાવિભાગનેલાગુપડતીનથી.સોળ જેટલા પ્રાચલો આપણું ચોમાસું કેવું જશે તે નક્કી કરવા વપરાય છે. તે પૈકી કેટલાક આપણા દેશના હવામાન અને કુદરતી પારિસ્થિતિકી પર આધાર રાખે છે જ્યારે 'વિદેશ'ના હવામાન અને કુદરતી પારિસ્થિતિકી (ઈકોલોજી) પર નિર્ભર છે.

અલબત્ત, વિદેશી પ્રાચલ કહેવું યોગ્ય નથી. તેને વૈશ્વિક પ્રાચલ કહેવુંવધારેયોગ્યગણાશે.જે સોળ પ્રાચલો છે તે પૈકી છ પ્રાચલો હવામાનના પ્રવર્તતા દબાણ સાથે સંબંધ ધરાવે છે. બીજા પાંચ એવા પ્રાચલો છે જે તાપમાન અને વાતાવરણમાં ઉંચાઈએ પ્રવર્તતા પવનો સાથે સંબંધિત છે. જ્યારે પાંચ એવા પ્રાચલો છે જે ભારત અને દુનિયાના વિવિધ વિસ્તારોમાં પર્વતો પર અન્ય સ્થાને રહેલ બરફના થર તથા વાતાવરણમાં પ્રવર્તતા દોલનો સાથે સંબંધ ધરાવે છે.

તે પૈકી કેટલાક વૈશ્વિક પ્રાચલો ઉત્તર ઓસ્ટ્રેલિયામાં છેડે આવેલ શહેર ડાર્વિન વિસ્તારમાં પ્રવર્તતા હવામાનના દબાણ પર નિર્ભર છે. આ ઉપરાંત તાહિતી અને ડાર્વિન વચ્ચે હવામાનના દબાણની વધઘટ થયા કરતી હોય છે. દબાણના આવા ઉચક-નિચકને અલ-નિનો પણ કહે છે.

આ ઉપરાંત વૈશ્વિક પ્રાચલોનો સંબંધ દક્ષિણ-પૂર્વ અર્થાત્ અગ્નિ દિશામાંના પ્રશાંત મહાસાગરમાં વિષુવવૃત્ત પર આવેલ દરિયાઈ સપાટીના તાપમાન તથા યૂરેશિયનમાં આવેલા બરફના થર સાથે છે. પૃથ્વીના ઉત્તર ગોળાર્ધમાં પ્રવર્તતા તાપમાન અને દબાણ તથા યુરોપમાં પ્રવર્તતો દબાણનો એકધારો વધારો (ગ્રેડીયન્ટ) પણ વૈશ્વિક પ્રાચલ નક્કી કરે છે.

આ બધા વૈશ્વિક પ્રાચલો નક્કી કરે છે. શુધ્ધ સ્વદેશી પ્રાચલોનો સંબંધ તો મધ્યભારતમાં પ્રવર્તતા તાપમાન, હિંદી મહાસાગરમાં વિષુવવૃત્ત વિસ્તારમાં પ્રવર્તતા દબાણ તથા હિમાલયના બરફના થર સાથે સંબંધ ધરાવે છે. આમ આપણું ચોમાસુ મહદ્ અંશે વૈશ્વિક પ્રાચલો પર નિર્ભર છે.

ચોમાસાના નિષ્ફળ જવાના સંદર્ભમાં અલ-નિનોનો વારંવાર ઉલ્લેખ થાય છે. આ અલ-નિનોની ઘટના શું છે? પૂર્વના ઉષ્ણકટબંધીય વિસ્તારમાં પ્રશાંત મહાસાગરમાં સપાટીના પાણીનું અસાધારણ પ્રમાણમાં ગરમ થવું તે દક્ષિણ દોલન એટલે કે 'સધર્ન ઓસ્સિલેશન'નો એક ભાગ છે. આ ઘટનાને અલ-નિન કહે છે.

દક્ષિણ દોલન એક ઉચક-નીચક જેવી ઘટના છે. જેમાં પ્રશાંત મહાસાગરના પૂર્વ અને પશ્ચિમના વિસ્તારો સાથે સપાટી પરનું હવાનું દબાણ ઉલટાતું હોય છે જ્યારે પૂર્વના ઉષ્ણકટીબંધમાં આવેલા પ્રશાંત મહાસાગરના વિસ્તારોમાં સપાટી પરનું હવાનું દબાણ ઉચું હોય ત્યારે પશ્ચિમના ઉષ્ણકટીબંધમાં આવેલા પ્રશાંત મહાસાગરના વિસ્તારોમાં ઓછું હોય છે.

આ પરિસ્થિતિ ઉંચક-નીચકની જેમ ઉલ્ટાય છે. મહાસાગરના પાણીનું ગરમ થવું અને હવાના દબાણનું ઉલ્ટાણ મોટેભાગે એકસાથે થાય છે તેથી તેને અલનિનો/દક્ષિણ દોલન કહે છે. દક્ષિણ અમેરિકાના માછીમારોએ તેને સ્પેનીશ ભાષાનું અલ-નિનો નામ આપ્યું છે. તેનો અર્થ ઈશુ બાળ એટલે કે 'ધી ફાઈસ્ટ ચાઈલ્ડ' થાય છે.

ઉચક-નીચકને અંગ્રેજીમાં 'સી-સૉ' કહે છે. તે દરેક ઉદ્યાનમાં અને ક્રીડાંગણમાં હોય છે. આપણે સહુએ તેને જોયેલ છે. કદાચ તેની મજા પણ માણી હશે. તેમાં એક લાંબુ પાટીયું વચ્ચેથી ટેકવેલ છે.

પાટીયાના સામસામા છેડે બેસી બે બાળકો ઉંચે-નીચે ઝૂલતાં હોય છે. હવામાન પણ એક અતિવિશાળ ઉંચક-નીચક છે. તેનો એક છેડો, ઈન્ડોનેશિયા,

ભારત, ઓસ્ટ્રેલિયા છે. બીજો છેડો પૂર્વ પ્રશાંત મહાસાગર છે. તે પૂર્વ-પશ્ચિમ ગોઠવાયેલું મહાકાય ઉચકનીચક છે. તેમાં એક છેડે વાતાવરણનું દબાણ ઘટે તો બીજે છેડે વધે છે.

આ ઉંચક-નીચક અનેક કિલોમીટર લાંબુ છે. તેની ગતિવિધિમાં સમુદ્રની સપાટી પરનું તાપમાન, પર્વતના શિખરો પરના બરફ અને જમીન પરના થરનો ભેજ વગેરે પરિબળો ભાગ ભજવે છે. આ પરિબળો ખાસ કરીને ઉષ્ણ કટીબંધના પ્રદેશોમાં ઉદ્ભવતા હવામાનના ફેરફારોના ચક્ર સાથે સંકળાયેલા છે. આ ચક્ર એક મોટા ઉષ્મા એન્જીન જેવું છે. આ એન્જીન તાપમાનના તફાવતને કારણે ચાલે છે. એક બાજુ એશિયાના ભૂમિ વિસ્તારો અને બીજી બાજુ હિંદી અને પ્રશાંત વચ્ચેતાપમાનનોતફાવતતેનેચલાવેછે.

એશિયાના ભૂમિવિસ્તારો જે નિયમિતતાથી ગરમ થવા જોઈએ. તે રીતે ગરમ થાય નહીં અથવા તો હિંદી અને મહાસાગરના વિસ્તારો જે નિયમિતતાથી ગરમ થવા જોઈએ તે રીતે થાય નહીં તો આ ઉચક-નીચકમાં ખલેલ પડે છે. તેથી ચોમાસાની ગતિવિધિ બદલાય છે.

સામાન્ય રીતે ઈસ્ટર ટાપુઓ નજીકમાં દક્ષિણ-પૂર્વ પ્રશાંત મહાસાગર ઉપર હવામાનનું દબાણ ખુબ ઉંચું હોય છે. તેને ઈન્ડોનેશિયા પર કેન્દ્રિત ઓછું દબાણ સમતોલે છે. આ બન્ને વચ્ચે ઉચક-નીચક થયા કરે છે. તેને દક્ષિણ દોલન કહે છે. જ્યારે જ્યારે બન્ને વચ્ચે દબાણનો તફાવત હોવો જોઈએ તેના કરતાં ખૂબ ઓછો થઈ જાય છે.

ત્યારે પશ્ચિમ પ્રશાંત મહાસાગરના વ્યાપારી પવનો પડી જાય છે. મહાસાગરના પાણી અસાધારણ રીતે ગરમ થાય છે. આથી દક્ષિણ દોલનના ઉચક-નીચકની જે સ્થિતિ થાય તેને અલ-નિનો કહે છે. જ્યારે જ્યારે અલ-નિનોની ઘટના બને છે ત્યારે ભારતમાં ચોમાસુ નિષ્ફળ જવાનો ભારતમાં ભય ઉભો થાય છે.

અલબત્ત કેટલા પ્રમાણમાં ચોમાસું નિષ્ફળ જશે તે બાબત હવામાન ઉચક-નીચકના છેડા વચ્ચે દબાણના તફાવતના મૂલ્ય આધારિત છે. અલબત્ત દરેક અલ-નિનો સરખા હોતા નથી અને હવામાનનો પ્રત્યાઘાત દર વખતે સરખો પણ હોતો નથી. તેથી અલ-નિનોવિશેહજુવધારેએકવ્યાપકઅભ્યાસનીજરૂરછે.

સંદર્ભઃ સાહિત્ય ડિસ્કવરી ડો. વિહારી છાયા